సుప్రసిద్ధ గణిత శాస్త్రవేత్త...

శ్రీనివాస రామానుజన్

● సంక్షిప్త జీవిత చరిత్ర ●

రెడ్డి రాఘవయ్య

 నవచేతన పబ్లిషింగ్ హౌస్

SREENIVASA RAMANUJAN (A Brief Life Sketch)

- Reddy Raghavaiah

ప్రచురణ నెం. : 354/44R2

ప్రతులు : 1000

ప్రథమ ముద్రణ : జులై, 2019

© రచయిత

వెల: ₹30/-

ప్రతులకు:

నవచేతన పబ్లిషింగ్ హౌస్

గిరిప్రసాద్ భవన్, బండ్లగూడ(నాగోల్), జి.యస్.ఐ పోస్టు

హైదరాబాద్-500068. తెలంగాణ. ఫోన్: 040-29884453/54

E-mail: navachethanaph@gmail.com

నవచేతన బుక్ హౌస్

బ్యాంక్ స్ట్రీట్ (అబిడ్స్), కూకట్‌పల్లి, కొండాపూర్,

హిమాయత్‌నగర్, బండ్లగూడ(నాగోల్)- హైదరాబాద్.

హన్మకొండ.

ముద్రణ: **నవచేతన ప్రింటింగ్ ప్రెస్,** హైదరాబాద్- 68.

సుప్రసిద్ధ గణిత శాస్త్రవేత్త

శ్రీనివాస రామానుజన్

• సంక్షిప్త జీవిత చరిత్ర •

పూర్వకాలం నుండే భారతదేశానికి గణిత శాస్త్రంలో ప్రముఖ స్థానం వుంది. ఆర్యభట్టు, వరాహమిహిరుడు, భాస్కరా చార్యులు, బ్రహ్మకాలంలో మొదలైనవారు గణిత శాస్త్రాన్ని సుసంపన్నం చేశారు. ఆధునిక కాలంలో శ్రీనివాస రామానుజన్ ఆ వరుసలో నిలిచాడు. చిన్నప్పటి నుండే గణితమే ఊపిరిగా జీవించాడు. తన జీవితమంతా అంకెలు, వాటితో చేయదగిన లెక్కలతోనే కాలం గడిపాడు. డిగ్రీలు సంపాదించలేక పోయినా, డిగ్రీలను మించిన జ్ఞానాన్ని సంపాదించాడు. స్వయం ప్రతిభతో తన వంటూ సమీకరణలు, సూత్రాలు సృష్టించాడు. తన మేధతో ఆంగ్ల మేధావుల మనస్సులను దోచుకున్నాడు. అతి చిన్న వయస్సులో అత్యంత గౌరవప్రదమైన "రాయల్ సొసైటీ" గౌరవాన్ని అందుకున్నాడు. గణిత ప్రపంచంలో భారతదేశానికి తగిన స్థానాన్ని సంపాదించి పెట్టాడు.

దీనిలో...

చిన్ననాడే చూపించిన తెలివి తేటలు...

తమిళనాడులోని తంజావూరు జిల్లాలో "కుంభకోణం" అనే పట్టణం ఉంది. ఇది కావేరి తీరంలో ఉంది. ఆ పట్టణంలో ఒక హైస్కూలు ఉంది.

ఆ స్కూలులోని ఎనిమిదవ తరగతిలో లెక్కల మాష్టారు లెక్కలు చెబుతున్నాడు. అది "అంకగణితం". అందులో "భాగహారం". లెక్కలంటే చాలామందికి తలనొప్పి కదా! అటువంటి లెక్కల్ని పిల్లలకు సులభంగా చెప్పటంలో ఆ ఉపాధ్యాయుడు దిట్ట.

"మీ దగ్గర అయిదు అరటిపండ్లు వున్నాయనుకోండి. వాటిని అయిదుగురికి పంచితే ఒక్కొక్కరికి ఎన్ని వస్తాయి?" అని అడిగాడు.

"ఒక్కటి... ఒక్కటి... తలా ఒక్కటి" అని పిల్లలంతా అరిచారు.

"ఆఁ! చాలా బాగుంది. అయితే ఇప్పుడు పది పళ్లున్నాయి. ఆ పదినీ పదిమందికి పంచితే ఎన్నెన్ని వస్తాయి?" అని ఉపాధ్యాయుడు మళ్లీ అడిగాడు.

ఇది వరకటి లాగానే పిల్లలు "ఒక్కటి" అని జవాబు చెప్పారు.

"అదీ! ఇప్పుడు మీరు ఏమి అర్థంచేసుకున్నారు. ఏ సంఖ్యనైనా తీసుకొని అదే సంఖ్యచేత భాగించినప్పుడు ఒకటి మాత్రమే వస్తుంది కదూ?" అని ఉపాధ్యాయుడు అడిగాడు.

పిల్లలంతా ముక్తకంఠంగా "అవును" అని అన్నారు.

"చూశారా? ఇది గణితంలోని ఒక నియమం" అని వివరించాడు ఉపాధ్యాయుడు.

కాని వాళ్లలో బక్కపల్చగా, పొట్టిగా ఉన్న ఒక అబ్బాయి ఉన్నాడు. అతడు ఎప్పుడూ ఏదో ఆలోచిస్తున్నట్లు ఉంటాడు.

ఆ అబ్బాయి పైకి లేచాడు. పిల్లలంతా తెల్లబోయి అతడి వంక చూశారు. ఉపాధ్యాయుడు "ఏమిటన్నట్లు?" చూశాడు.

"సార్! పండ్లులేవు... పిల్లలు లేరు. లేని వారికి లేని పండ్లు పంచితే వాళ్లకు ఒక్కొక్కటి వస్తుందా?" అని ఆ అబ్బాయి ఉపాధ్యాయుడిని అడిగాడు.

ఆ ప్రశ్న విన్న పిల్లలు "గొల్లు"మని నవ్వారు.

ఆ ప్రశ్న ఉపాధ్యాయుడికి కూడా వెంటనే అర్థంకాలేదు. తడబడ్డాడు. కాస్సేపు ఆలోచించాడు. వెంటనే బల్ల చరచి "నిశ్శబ్దం! నిశ్శబ్దం" అని అన్నాడు.

పిల్లలు సద్దుమణిగారు. ఆ అబ్బాయి అడిగిన ప్రశ్నలో నమ్మదగిన విషయంలేదు. "చెబుతా వినండి!" అన్నాడు ఆయన.

"మనం 5 అరటిపండ్లను 5 గురికి పంచటానికి 5ను 5 చేత భాగించాం! అట్లాగే 10 ని 10 చేత భాగించాం. బాగానే ఉంది. ఈ అబ్బాయి అడిగింది ఏమిటో చూశారా?" సున్నా పండ్లను సున్నా పిల్లలకు పంచితే ఒక్క పండు వస్తుందా?" అని. దానికి జవాబు "రాదు" అని. కాని లెక్క ప్రకారం "అనంతం" (ఇన్‌ఫినిటి) పండ్లను సంపాదిస్తారు" అని వివరించి చెప్పాడు.

సున్నాని సున్నాచేత భాగించటం సామాన్య గణితం పరిధిలోకి రాదు. కాని ఇది కళాశాల స్థాయిలో వచ్చే "కలన గణితం" (కాలిక్యులస్)లో వస్తుంది.

చిన్న క్లాసులోనే పెద్ద క్లాసులో వచ్చే ప్రశ్నను అడిగాడు ఆ అబ్బాయి. అతడి మొఖంలో అరుదైన తెలివి తేటల్ని కనిపెట్టాడు ఉపాధ్యాయుడు.

అలా అడిగిన అబ్బాయి పెరిగి పెద్దవాడయ్యాడు. గణితశాస్త్రంలో అందులోనూ ప్రత్యేకించి "సంఖ్యాశాస్త్రం"లో అసమానమైన ప్రతిభను చూపించాడు. ప్రపంచ మేధావుల, గణితశాస్త్రవేత్తల ప్రశంసలను అందుకున్నాడు.

ఆ అబ్బాయే "శ్రీనివాస రామానుజన్".

ఈరోడ్‌లో జన్మించిన గణిత మేధావి...

కుంభకోణానికి దగ్గరలో "తిరుచేరి" అనే గ్రామం ఉంది. ఆగ్రామంలో శ్రీనివాస అయ్యంగార్ అనే ఆయన ఉన్నాడు. ఆయన భార్య కోమలతమ్మాళ్.

శ్రీనివాస అయ్యంగార్ జీవనోపాధి కోసం కుంభకోణం చేరుకున్నాడు. ఒక బట్టలషాపులో గుమాస్తాగా చేరాడు. నెలకు రూ.20 జీతం.

కోమలతమ్మాళ్ తండ్రి నారాయణ అయ్యంగార్. తల్లి రంగమ్మాళ్. అప్పటికి మద్రాసు ప్రెసిడెన్సీకి కేంద్రంగా వున్న ఈరోడ్‌లో "తెప్పకుళమ్" అనే వీధిలో ఉండేవారు. ఈరోడ్ కోయంబత్తూరు జిల్లాలోనిది. నారాయణ అయ్యంగార్ జిల్లా మున్సిఫ్ కోర్టులో అమీను.

శ్రీనివాస అయ్యంగార్, కోమలతమ్మాళ్ దంపతులకు చాలాకాలం వరకూ సంతానం కలుగలేదు. కొన్నాళ్లకు రామానుజన్ ఈరోడ్‌లోని మాతామహుల ఇంట 1887వ సంవత్సరం డిసెంబరు 22వ తేదీన జన్మించాడు.

ముద్దుగా "చిన్నస్వామి" అని పిలుచుకునేవారు.

దాదాపు సంవత్సరం తర్వాత కోమలతమ్మాళ్ చిన్నస్వామితో తిరిగి కుంభకోణం వచ్చింది. తరువాత వారికి ఇద్దరు మగప్లిలలు, ఒక ఆడపిల్ల జన్మించారు. ముగ్గురూ చిన్నవయస్సులోనే చనిపోయారు.

తరువాత ఇద్దరు మగపిల్లలు జన్మించారు. వారి పేర్లు లక్ష్మీనరసింహన్, తిరునారాయణన్. రామానుజన్‌కు మూడు సంవత్సరాల వయస్సు వచ్చే వరకూ సరిగ్గా మాట్లాడలేకపోయాడట. పైగా అప్పుడే మశూచికం కూడా వచ్చింది.

రామానుజన్ చాలా బీద పరిస్థితుల్లో పెరిగాడు. ఆయన తల్లి చాలా సౌమ్యురాలు. భర్తకు వచ్చే జీతం అతి తక్కువ. వచ్చిన డబ్బు చాలకపోయినా జీవితాన్ని చాలా గుట్టుగా గడుపుతూ ఉండేది.

వీధిబడిలో మొదలైన చదువు...

అది 1892వ సంవత్సరం అక్టోబరు 1వ తేదీ. రామానుజన్‌కు అయిదు సంవత్సరాల వయస్సు వచ్చింది. పక్క ఇంటి వసారాలో ఒక వీధి బడి నడుస్తూ ఉండేది. రామానుజన్‌ను ఆ బడిలో చేర్పించారు. అక్కడ మాతృ భాష తమిళంతోపాటు సంస్కృతం కూడా నేర్పేవారు.

1894 మార్చి నెలలో అమ్మమ్మగారి ఊరికి వెళ్లవలసి వచ్చింది. వారప్పుడు కాంచీపురంలో ఉండేవారు. అక్కడొక "తెలుగు బడి" ఉంటే రామానుజన్ దానిలో చేరాడు. కొన్నాళ్లు చదివాడు.

మళ్లీ కుంభకోణానికి తిరిగి వచ్చాడు. కాంగేయమ్ ఎలిమెంటరీ పాఠశాలలో చేరాడు. ఇంతలో తల్లిగారి నాన్న చనిపోయాడు. కాంచీపురంలో ఉన్న అమ్మమ్మ మద్రాసు చేరుకుంది. రామానుజన్ కొన్నాళ్లు అమ్మమ్మ దగ్గర గడిపాడు.

చిన్నప్పటి నుండీ రామానుజన్‌ది అదో రకం మనస్తత్వం. కొన్నాళ్లు బడికిపోనని మొండికేశాడు. అతడు ఇతర పిల్లలతో చొరవగా ఉండేవాడు కాదు. ఏదో ఆలోచిస్తూ ఏకాంతంగా ఉండేవాడు. సాటి పిల్లలు ఆడుకునే ఆటల్లో పాల్గొనేవాడు కాదు.

ఇలా రెండు సంవత్సరాలు గడిచాయి. తల్లిదండ్రులు అతడిని కుంభకోణంలో ఉన్న ఉన్నత పాఠశాలలో చేర్చారు. దానిపేరు "టౌను హైస్కూలు". తంజావూరు జిల్లాలో ఆ హైస్కూలు విద్యా బోధనలో పేరు పొందింది. నిత్యం పాఠశాలకు వెళుతూ ఉండేవాడు.

తండ్రి ఒక్కడి సంపాదన కుటుంబ ఖర్చులకు సరిపోయేదికాదు. కోమలతమ్మాళ్ ఊరకే కూర్చునే వ్యక్తికాదు. గ్రామాల నుండి చదువుకోవటానికి వచ్చిన విద్యార్థులకు భోజనం వండి పెడుతూ ఉండేది. దానితో వచ్చిన డబ్బు కుటుంబ పోషణకు వినియోగిస్తూ ఉండేది.

ఉన్నత పాఠశాలలో రామానుజం మేధ వికసించటం ప్రారంభించింది. లెక్కల్లో మాత్రం ఎక్కడాలేని తెలివితేటల్ని ప్రదర్శించేవాడు. తన తరగతిలో ఉన్న లెక్కలు రాని వారికి చేసి చూపించేవాడు.

తన పదవ ఏట... అంటే 1897 లో ప్రాథమిక స్థాయి పరీక్ష రాశాడు. దానిలో జిల్లాకంతటికి మొదటివాడుగా వచ్చాడు. దీనితో సగం ఫీజు రాయితీ లభించింది.

ఇంటి వద్ద కూడా అతడు ఊరకే కూర్చుండేవాడు కాదు. ఇంటి ఎత్తు అరుగు మీద కూర్చొని ఎప్పుడూ ఏవేవో లెక్కలు చేస్తూ ఉండేవాడు. బాహ్య ప్రపంచాన్ని పూర్తిగా మరచిపోయి... గణిత ప్రపంచంలో విహరిస్తూ ఉండేవాడు.

స్థాయిని మించిన పుస్తకాలు చదివిన విద్యార్థి...

రామానుజన్ వినయశీలి... ఉదార స్వభావం కలవాడు. అహంకారం లేనివాడు. అందరికీ విధేయుడు. ఎవరేమన్నా పట్టించుకొనేవాడు కాదు. "అంకెలు వీడితో కబుర్లు చెబుతాయి" అని తోటి విద్యార్థులు చతురోక్తులు ఆడుతూ ఉండేవారు. వాటిని పట్టించుకునేవాడు కాదు.

అతడు చదివే పాఠశాలలో 1500 మంది విద్యార్థులు ఉండేవారు. అంతమందికి 30 మంది ఉపాధ్యాయులు ఉన్నారు. లెక్కల ఉపాధ్యాయుడికి "స్కూల్ టైం టేబుల్" తయారు చేసే పని ఉంది. అది చాలా కష్టమైన పని. ఆ ఉపాధ్యాయుడు రామానుజన్‌కు ఆ పనిని అప్పజెప్పాడు. దానిని సమర్థంగా తయారుచేసి లెక్కల ఉపాధ్యాయుడి మన్ననలను అందుకున్నాడు.

సాధారణంగా అతడు తన తరగతి పరిధిలో చెప్పే గణితంతో తృప్తిపడేవాడు కాదు. ఇంకా ఉన్నతమైన గణితాన్ని అధ్యయనం చేయాలని ఉవ్విళ్లూరుతూ ఉండేవాడు.

అవి ఎనిమిదో తరగతి చదివే రోజులు... వయస్సు 12 సంవత్సరాలు. త్రికోణమితికి చెందిన "అయిలర్" సూత్రాలను స్వయంగా సాధించటం నేర్చుకున్నాడు. "రామానుజన్ పొరిగింట్లో ఒక అబ్బాయి ఉన్నాడు. అతడి దగ్గర "ఎస్.ఎల్.లోనే" ఆయన రాసిన "ట్రిగ్నోమెట్రీ" అనే పుస్తకం చూశాడు. అది డిగ్రీస్థాయి పాఠ్యగ్రంథం. ఆ పుస్తకం తీసుకున్నాడు. దానిని సొంతం చదివి అర్థం చేసుకున్నాడు. దానిలోని సమస్యలనన్నింటినీ సాధించాడు.

అతడు చదివే తరగతిలో కొన్నాళ్లకు "ట్రిగ్నోమెట్రీ" ప్రారంభించారు. దానిలో కొత్త అనేది ఎక్కడా కనిపించలేదు. ఇంకా తెలుసుకోవలసింది కూడా దొరకలేదు.

రామానుజన్‌లోని పూర్తి గణిత శాస్త్ర ప్రతిభను తట్టిలేపిన గ్రంథం ఇంకొకటి ఉన్నది. దానిపేరు "ఎ సినాప్సిస్ ఆఫ్ ఎలిమెంటరీ రిజల్ట్స్ ఇన్

ప్యూర్ అండ్ అప్లైడ్ మేథమేటిక్స్". దీనిని లండన్‌లో ట్యూటర్‌గా పనిచేస్తున్న జి.సి. కార్ అనే బ్రిటీష్ గణితశాస్త్రజ్ఞుడు రాశాడు. రెండు భాగాలలో ఉంటుంది. 1880లో ప్రచురించబడిన మొదటి భాగాన్ని ప్రభుత్వ కాలేజీలో చదివే మిత్రుడు తీసుకువచ్చి ఇచ్చాడు.

ఆ గ్రంథంలో "బీజగణితం, కలనగణితం, త్రికోణమితి, వైశ్లేషిక జామితులు" గురించి ఉన్నాయి. వీటికి సంబంధించిన 6165 సిద్ధాంతాలు (ఫలితాలు) ఉండేవి.

ఈ గ్రంథం రామానుజన్ మేధకు పదును పెట్టింది.

గణిత శాస్త్ర రహస్యాలను తెలుసుకోవాలనే తహతహలో అతడున్నాడు. దానితో ఎంతో ఆతృతతో ఆ గ్రంథాన్ని ఆపోశన పట్టాడు. దానిలో ఉన్న ఒక్కొక్క సిద్ధాంతం, ఒక్కొక్క ఫలితాంశం, అతడికి ఒక్కొక్క పరిశోధనా సమస్యగా తటస్థించింది.

సమస్యల నిజరూపాన్ని ముందుగా తెలుసుకొనేవాడు. సాధనలను మనస్సులోనే గ్రహించేవాడు. నోటు బుక్కులో చివరి ఫలితాలను రాసుకునేవాడు. ఇలా ఉల్లాసంతో అతడు ముందుకు నడిచాడు.

ఇంగ్లాండులో రామానుజన్‌కు తోడు నీడగా ఉన్న ఆచార్య హిర్డీ ఇలా మెచ్చుకున్నాడు. "కార్ రాసిన పుస్తకం అంత గొప్పది కాదు. కాని అది రామానుజన్ మీద ప్రభావాన్ని చూపింది. అందువల్లనే దీనికంత ప్రచారం లభించింది..."

ఒడుదుడుకులతో సాగిన ఉన్నత విద్య...

1903లో మద్రాసు యూనివర్సిటీకి చెందిన "మెట్రిక్యులేషన్" పరీక్ష రాశాడు. అదే సంవత్సరం డిసెంబరులో ఫలితాలు వచ్చాయి. ఆంగ్లం, గణితాలలో ఎక్కువ మార్కులు సంపాదించి ప్రథమ శ్రేణిలో ఉత్తీర్ణుడయ్యాడు. తల్లిదండ్రులను ఆనందంలో ఓలలాడించాడు.

ఆర్థిక పరిస్థితులు అనుకూలించకపోయినా పై చదువులు చదివించాలని తల్లిదండ్రులు నిర్ణయించుకున్నారు. దానికి తోడు ప్రతిభావంతులకు ఇచ్చే "సుబ్రహ్మణ్యం స్కాలర్‌షిప్" లభించింది. కుంభకోణంలోనే ఉన్న జూనియర్ కళాశాలలో ఎఫ్.ఏ (ఫాకల్టీ ఆఫ్ ఆర్ట్స్) లో చేరాడు. ఎఫ్.ఏ.లో గణితంతో పాటు, భౌతికశాస్త్రం, శరీరశాస్త్రం, గ్రీక్ లేదా రోమ్ దేశాల చరిత్ర, ఇంగ్లీషు లేదా సంస్కృతం బోధిస్తూ ఉండేవారు.

ఏ శాస్త్ర పాఠం జరుగుతూ ఉన్నా పట్టించుకొనేవాడు కాదు. లెక్కలు చేస్తూ ఉండటంతోనే గడిపేవాడు. కాలేజీ లైబ్రరీలో ఉన్న అనేక గణిత శాస్త్రాలను అధ్యయనం చేయసాగాడు.

ఇలా ఎప్పుడూ లెక్కల్లో మునిగితేలే అతడు ఇతర పాఠ్యాంశాలను అశ్రద్ధ చేశాడు. అందువల్ల లెక్కల్లో అత్యధిక మార్కులు వచ్చినా జూనియర్ ఎఫ్.ఏ.లో పరీక్ష తప్పాడు. ఇది 1904వ సంవత్సరంలో జరిగింది. దీనితో వచ్చే స్కాలర్‌షిప్ కూడా ఆగిపోయింది.

నిరుత్సాహపడ్డ రామానుజన్ చదువు మానుకున్నాడు. జీవించటానికి ఏదో ఒక ఉద్యోగం కావాలి. దాని కోసం ప్రయత్నాలు ప్రారంభించాడు. మద్రాసులో ఎక్కడా ఉద్యోగం దొరకలేదు. ఆంధ్ర రాష్ట్రంలోని విశాఖపట్నంలో కూడా ప్రయత్నించాడు. చాలా చోట్లల్లో ఉన్న స్నేహితుల్ని, తెలిసినవారినీ కలిశాడు. నెలల తరబడి తిరిగాడు. అయినా ప్రయోజనం లేకపోయింది. మళ్ళీ కుంభకోణం చేరుకున్నాడు.

కొందరు స్నేహితులు అతడిని కష్టకాలంలో ఆదుకోవటానికి ముందుకు వచ్చారు. మళ్లీ ఎఫ్.ఏ.లో చేరమని ప్రోత్సహించారు. దానితో మద్రాసులో ఉన్న అమ్మమ్మ దగ్గరకు చేరుకున్నాడు. అక్కడ ఉన్న "పచ్చియప్పన్ కళాశాల"లో మళ్లీ జూనియర్ ఎఫ్.ఏ.లో చేరాడు.

నాయనమ్మతోపాటు గుడిసెలాంటి ఇంట్లో నివాసం. తీరిక సమయంలో చిన్నపిల్లలకు చదువు చెబుతూ కొంత సంపాదించేవాడు. ఒకవైపు పిల్లలకు పాఠాలు చెబుతూ పట్టుబట్టి చదవటం సాగించాడు. ఈసారి తప్పకుండా విజయం సాధిస్తానని అనుకున్నాడు.

కాని అతడు అనుకున్నట్లు జరుగలేదు. కాలేజీలో చేరిన నాలుగైదు నెలలకు అనారోగ్యం పాలయ్యాడు. చికిత్స, విశ్రాంతి కోసం కుంభకోణం తిరిగి వచ్చాడు. ఇలా కొన్నాళ్లు గడిచాయి.

దానితో అటెండెన్సు తగ్గిపోయింది. పరీక్షకు హాజరు కావటానికి వీలులేకపోయింది. మరుసటి సంవత్సరం ప్రైవేటు విద్యార్థిగా పరీక్ష రాశాడు. అపజయమే ఎదురయింది.

అప్పటికి రామానుజన్‌కు 20 సంవత్సరాల వయస్సు.

ఇక పై చదువులు చదివే అదృష్టం లేదనుకున్నాడు. నిరుత్సాహంలో మునిగిపోయాడు. అయినా లెక్కల సాధన మాత్రం మానలేదు.

అతడి ఉన్నత విద్యాభ్యాసం ఈ విధంగా ముగిసింది.

వివాహం

1908వ సంవత్సరం ప్రాంతంలో కుంభకోణంలో ఎఫ్.ఏ. చదివే విద్యార్థికి లెక్కలు బోధించేవాడు. దానికి ప్రతిగా ఆ విద్యార్థి నెలకు ఏడు రూపాయలు ఇచ్చేవాడు. ఒకే సమస్యను వేరు వేరు పద్ధతుల్లో సాధ్యమైనంత క్లుప్తంగా సాధించి చూపేవాడు.

రామానుజం ఎప్పుడూ లెక్కలకే జీవితాన్ని అంకితం చేయటం అతని తండ్రికి నచ్చలేదు. కాని తల్లి మాత్రం తన కుమారుణ్ణి చక్కగా ప్రోత్సహించేది. కష్టాల కడలిలో అతడి జీవిత నౌక ఉయ్యాలలు ఊగుతున్నది. ఆ సమయంలోనే అతడి తల్లిదండ్రులు వివాహం తలపెట్టారు.

కుంభకోణానికి 60 మైళ్ల దూరంలో "రాజేంద్రయ్" అనే గ్రామం ఉంది. ఆ గ్రామంలో కోమలతమ్మాళ్ కు ఒక స్నేహితురాలు ఉంది. ఆమె పేరు రంగనాయకి. ఆమె భర్త రంగస్వామి. వారికి అయిదుగురు అమ్మాయిలు, ఒక అబ్బాయి. నాల్గవ కుమార్తె జానకి. ఆమెకు తొమ్మిది సంవత్సరాల వయస్సు. స్నేహితురాళ్ళిద్దరూ కలసి రామానుజన్ కు, జానకికి వివాహం నిశ్చయించారు.

కాని రామానుజన్ తండ్రికి ఈ సంబంధం ఇష్టంలేదు.

అయినా రామానుజన్ కు జానకికి రాజేంద్రయ్ లోనే 1909 జులై 14న వివాహం జరిగింది. వివాహం జరిగిన చాలా సంవత్సరాల వరకూ జానకి తల్లిదండ్రులవద్దనే గడిపింది. ఇలా అతడో ఇంటివాడు అయ్యాడు.

ఉద్యోగం కోసం ప్రయత్నం

ఇప్పుడు ఒకరికి తోడు ఇద్దరయ్యారు. ఆర్థిక పరిస్థితుల్ని తట్టుకోవటానికి ఉద్యోగం చేయటం తప్పనిసరి అయ్యింది. 1910 లో కుంభకోణం నుండి మద్రాసు వెళ్లే రైలు ఎక్కాడు. "విల్లిపురం" అనేచోట దిగాడు. అక్కడ మళ్లీ రైలెక్కి "తిరుకోయిలూర్" అనే ఊరు చేరుకున్నాడు.

అక్కడ రామస్వామి అయ్యర్ డిప్యూటీ కలెక్టర్గా పని చేస్తూ ఉన్నాడు. ఆయన గణితంలో నిష్ణాతుడు. 1907లో "ఇండియన్ మాథమాటికల్ సొసైటీ"ని స్థాపించాడు. ఎడిన్ బర్గ్లోనున్న "మాథమాటికల్ సొసైటీ"లో సభ్యుడు. ఇంగ్లాండు నుండి "ఎడ్యుకేషనల్ టైమ్స్" అనే పత్రిక వెలువడుతూ ఉండేది. దానిలో ఆయన గణిత సంబంధమైన వ్యాసాలు కూడా రాస్తూ ఉండేవాడు.

రామానుజన్ ఆయన్ను కలుసుకున్నాడు. ఇది వరకే తాను ఒక నోటుబుక్కును తయారుచేసి ఉంచుకున్నాడు. అది అతడు తయారు చేసుకున్న వాటిల్లో మొదటిది. దానిని ఆయనకు చూపించాడు. రామస్వామి అయ్యర్ దానిలోని ఒక్కొక్క పేజీ తిరగవేసి చూశాడు. వాటిని చూసిన ఆయన ఎంతో ఆశ్చర్యపోయాడు. రామానుజన్ను తేరిపార చూశాడు. వయస్సుకు మించిన ప్రతిభ ఉన్న అతడిని లోలోపలే మెచ్చుకున్నాడు. కాని ఉద్యోగం విషయంలో సహాయం ఏమీ చేయలేకపోయాడు. మద్రాసులో ఉన్న తన మిత్రులకు కొన్ని సిఫార్సు లేఖలు మాత్రం రాసి ఇచ్చాడు.

అందులో ఒకరు ఏ.వి.శేషు అయ్యరు. రామానుజన్ కుంభకోణం కాలేజీలో చదివే రోజుల్లో ఆయన అక్కడ ఉపాధ్యాయుడు. ప్రస్తుతం మద్రాసు ప్రెసిడెన్సీ కాలేజీలో పనిచేస్తూ ఉన్నాడు. ఆయన ఏ సహాయమూ చేయలేకపోయాడు.

ఇలా ఇంకా కొంతమందిని కూడా కలిశాడు. కాని ఫలితం శూన్యం.

ఇంతలో అనారోగ్యం పాలయ్యాడు. కాని కొంతకాలం ట్రిప్లికేన్‌లోనున్న తన మిత్రుడు రాధాకృష్ణన్ సంరక్షణలో గడిపాడు. వ్యాధి ముదిరింది. కుంభకోణం వెళ్లి చికిత్స చేయించుకున్నాడు.

ఆరోగ్యం కుదుటపడిన తరువాత మళ్లీ మద్రాసు చేరుకున్నాడు. పార్క్‌టౌన్‌లోనున్న నరసింహ అయ్యంగార్‌తో కలిసి ఉన్నాడు. రామానుజన్‌కు కృష్ణారావు అనే మిత్రుడు ఉన్నాడు. కృష్ణారావు మామ రావు బహద్దూర్ రామచంద్రరావు. ఈయన నెల్లూరు జిల్లా కలెక్టరుగా పనిచేస్తూ ఉండేవాడు. "ఇండియన్ మాథమాటికల్ సొసైటీ"కి అధ్యక్షుడు కూడా.

కృష్ణారావు సిఫార్సుతో నెల్లూరు వెళ్లి రామచంద్రరావును కలిశాడు. తన నోట్‌బుక్కును చూపించాడు. ఆయన వాటినన్నిటినీ పరిశీలించి చూశాడు. ఉద్యోగం మాత్రం చూపించలేకపోయాడు. మద్రాసులో ఉండి గణితంలో పరిశోధన చేసుకోవటానికి నెలనెలా కొంత డబ్బు పంపిస్తానని ఒప్పుకున్నాడు.

ప్రతి నెలా రామచంద్రరావు నుండి ఖర్చుల నిమిత్తం కొంత డబ్బు యం.ఓ. ద్వారా అందేది. రామానుజన్ పగలూ, రాత్రీ తన గణిత పరిశోధనలతో కాలం గడిపేవాడు. అలా సహాయం పొందటం రామానుజన్‌కు ఇష్టంగాలేదు. కొన్నాళ్లకు ఆ సహాయాన్ని అందుకోవటం మానివేశాడు.

పోర్టుట్రస్టులో గుమస్తా ఉద్యోగం...

రామచంద్రరావుగారు నెలనెలా పంపే డబ్బును తీసుకోవటం మానివేసిన తరువాత మళ్ళీ శేషు అయ్యర్‌ను ఆశ్రయించాడు. ఆయన సెయింట్ జార్జిలోనున్న అకౌంట్సు జనరల్ ఆఫీసులో తాత్కాలికంగా గుమస్తా ఉద్యోగం ఇప్పించాడు. నెలకు రూ.20 ల జీతం. 1912 జనవరి 12వ తేదీన ఆ ఉద్యోగంలో చేరాడు. ఫిబ్రవరి 21 వరకు మాత్రమే పనిచేయగలిగాడు.

ఇక్కడ చేరకముందు అంటే 1911వ సంవత్సరంలో బెర్నోలి సంఖ్యల మీద వ్యాసం రాశాడు. దానిని ఇండియన్ మేథమాటికల్ సొసైటీ జర్నల్‌లో ప్రచురించాడు. సాధించని కొన్ని సమస్యల్ని కూడా ఆ వ్యాసంలో పేర్కొన్నాడు.

మద్రాసు పోర్టుట్రస్టులో ఒక గుమాస్తా ఉద్యోగం ఖాళీగా ఉందని తెలుసుకున్నాడు. శేషు అయ్యర్ స్నేహితుడు నారాయణ అయ్యర్ దానిలో మేనేజరు. ఆయన ఇంతకుముందు తిరుచినాపల్లిలోని సెయింట్ జోసెఫ్స్ కాలేజీలో ఉండేవాడు. ఇండియన్ మేథమాటికల్ సొసైటీ సభ్యుడు. అంతేకాక "జర్నల్ ఆఫ్ ఇండియన్ మాథమాటికల్ సొసైటీ" అనే పత్రికకు సంయుక్త సంపాదకుడు. పోర్టుట్రస్టు ఉద్యోగానికి శేషు అయ్యర్ ప్రోత్సాహంతో 1912 ఫిబ్రవరి 9వ తేదీన దరఖాస్తు చేశాడు. ప్రెసిడెన్సీ కళాశాలలో గణితశాస్త్రాచార్యుడైన ఆచార్య ఇ. డబ్ల్యు. మిడిల్‌మాస్ట్, రామచంద్రరావు గార్లు కూడా రామానుజన్ ఉద్యోగం కోసం ప్రయత్నించారు. దానితో అదే సంవత్సరం మార్చి 12వ తేదీన అకౌంట్స్ సెక్షన్‌లో క్లాస్ 3, గ్రేడ్ 4 ఉద్యోగం ఇచ్చారు. జీతం నెలకు రూ.30లు.

ఒక విధంగా ఆ ఉద్యోగం రామానుజన్‌కు కాస్త ఊరట కలిగించింది. కోమలతమ్మాళ్, జానకిని వెంటబెట్టుకొని మద్రాసు చేరుకుంది. పోర్టుట్రస్టు ఆఫీసుకు దగ్గరలో జార్జిటౌన్ ప్రదేశంలోని శైవ ముత్తయ్య వీధిలో అతడి అమ్మమ్మ ఉంటున్నది... ఆ ఇంట్లోనే కాపురం పెట్టాడు.

ఆంగ్ల అధికారుల ఆదరణ...

పోర్టుట్రస్టులో ఉద్యోగ విధుల్ని నిర్వహిస్తూనే తీరిక సమయాలలో లెక్కలు చేస్తూ ఉండేవాడు. దాని కోసం కాగితాలు కొనలేక నానా ఇబ్బందీ పడేవాడు. ఆఫీసులో పనికిరానివని పారవేసిన కాగితాలను సేకరించే వాడు. వాటిపైన వరుస క్రమంలో తను లెక్కలనన్నిటినీ చేసుకునేవాడు.

రామానుజన్ గణితపరిశోధనే ధ్యేయంగా జీవితాన్ని గడిపాడు. పదవిని, పేరును ఆశించలేదు. 1907 నుండి 1911 వరకూ అతడు నిరుద్యోగి. ఉద్యోగం కోసం ప్రయత్నిస్తూనే గణితశాస్త్ర పరిశోధన చేశాడు.

తాను కనుగొన్న ఫలితాలన్నిటినీ నోట్‌బుక్స్‌లో రాసుకున్నాడు. అవి 212, 352, 33 పేజీలు గల నోట్‌బుక్స్ అయ్యాయి. ఇప్పుడు కూడా ఇవి ప్రచారంలో ఉన్నాయి. అంతేకాక 1911లో ఇండియన్ మేథమాటికల్ సొసైటీ జర్నల్‌లో మొదటి పరిశోధనాపత్రం ప్రచురించాడు. ఆ తరువాత అదే పత్రికలో రెండు వ్యాసాలతోపాటు, సాధించవలసిన కొన్ని సమస్యలు ప్రచురించాడు. ఈ వ్యాసాలు చాలామంది మేధావుల దృష్టిలోపడ్డాయి. వారిలో ఆంగ్లేయులూ ఉన్నారు. ఆచార్య ఇ.డబ్ల్యు.మిడిల్‌మాస్ట్ వారిలో ఒకరు. రెండవ ఆయన చార్లెస్ లియోఫోర్డ్ ట్రాయ్‌టీ గ్రిఫిత్. ఈయన మద్రాసు ప్రభుత్వ ఇంజనీరింగ్ కళాశాలలో పనిచేస్తూ ఉండేవాడు.

గ్రిఫిత్ పోర్టుట్రస్టు ఛైర్మన్ సర్ ఫ్రాన్సిస్ స్ప్రింగ్‌కు రామానుజన్ గొప్పతనాన్ని వివరిస్తూ ఉత్తరం కూడా రాశాడు. గ్రిఫిత్‌కు రామానుజన్ కనుగొన్న ఫలితాలను అర్థం చేసుకోవటం కష్టం అనిపించింది. లండన్ విశ్వవిద్యాలయంలో అదే రకమైన పరిశోధన చేస్తున్న ఆచార్య ఎమ్.జె.హిల్ అనే ఆయన ఉన్నాడు. గ్రిఫిత్‌కు ఆయన తెలుసు. అందుకని రామానుజన్ ఫలితాలను 1912 నవంబరు 12వ తేదీన ఆయనకు పంపుతూ ఉత్తరం రాశాడు. హిల్ వాటిని మెచ్చుకుంటూ, అక్కడక్కడా సవరణలు సూచిస్తూ గ్రిఫిత్‌కు జవాబు రాశాడు.

హార్ధికంగా సహాయపడిన హార్డీ...

మొదటి నుండీ శేషు అయ్యర్‌గారు రామానుజన్‌కు ఎంతో సహాయం చేస్తూ వచ్చారు. రామానుజన్ ప్రతిభను తగిన విధంగా గుర్తించే వ్యక్తి "హార్డీ" అని నిశ్చయించుకున్నాడు. ఆయన పూర్తిపేరు "గాడ్‌ఫ్రీ హారాల్డ్ హార్డీ". ప్రఖ్యాత గణిత శాస్త్రజ్ఞుడు. కేంబ్రిడ్జిలోని ట్రినిటీ కళాశాలలో "ఫెలో"గా ఉన్నాడు.

హార్డీకి గణితసూత్రాలను పంపుతూ లేఖ రాయమని శేషు అయ్యర్ సలహా ఇచ్చాడు. రామానుజన్ కష్టపడి గణితశాస్త్రంలోని వివిధ విషయాలపైన 120 సూత్రాలను నిర్వచిస్తూ దాదాపు 100 పేజీల ఉత్తరం రాశాడు. ఆ ఉత్తరాన్ని 1913 జనవరి 16న హార్డీకి పంపించాడు.

ఆ ఉత్తరం అందుకున్న ప్రొఫెసర్ హార్డీ సాంతం చదివాడు. "ఎవరీ రామానుజన్" అని ఆశ్చర్యపోయాడు. దానితో రామానుజన్ జీవితమే మారిపోయింది. రామానుజన్ అనే గణిత శాస్త్రరత్నానికి మెరుగులు పెట్టి ప్రకాశింపజేసినవాడు "హార్డీ".

ఆ కాలేజీలోనే ఉన్న జె.యి. లిటిల్ హుడ్ అనే గణితశాస్త్రజ్ఞుడికి ఆ లేఖను చూపించాడు. రామానుజన్ పొందుపరచిన సిద్ధాంతాలను ఇద్దరూ కలసి చర్చించుకున్నారు. రామానుజన్ మొదటి తరగతి గణితశాస్త్రజ్ఞుడని ఇద్దరూ గుర్తించారు. లిటిల్ హుడ్ మాత్రం "ఒక జాకో బీ" (ఒక గొప్ప జర్మన్ గణితశాస్త్రవేత్త) అని ఎంతో మెచ్చుకున్నాడు.

భారతదేశంలోని సివిల్ సర్వీసెస్‌లో వున్న ఎందరికో రామానుజన్‌ను గురించి హార్డీ ఉత్తరాలు రాశాడు. వారిలో కల్నల్ జి.టి. వాకర్ ఒకరు. ఈయన సిమ్లాలో డైరెక్టర్ జనరల్ ఆఫ్ అబ్జర్వేటరీస్‌గా ఉన్నాడు. వాకర్ పనిమీద మద్రాసు వచ్చాడు. తరువాత ఆయన మద్రాసు యూనివర్సిటీ రిజిస్ట్రారుగా ఉన్న ఫ్రాన్సిస్ డ్యూస్‌బరీకి ఒక లేఖ రాశాడు. దానిలో

రామానుజన్ పరిశోధనకుగాను స్కాలర్‌షిప్ ఇవ్వవలసిందని పేర్కొన్నాడు.

యూనివర్సిటీ రీసర్చ్ స్కాలర్‌షిప్పును నెలకు రూ.75 ల చొప్పున రెండు సంవత్సరాలకు మంజూరు చేసింది. ఆ గ్రాంటు 1913 మే 1 నుండి ప్రారంభమయ్యింది. డిగ్రీ కూడాలేని రామానుజన్‌కు దక్కిన అరుదైన గౌరవం ఇది. పోర్టుట్రస్టు కూడా రెండు సంవత్సరాలపాటు జీతంలేని సెలవును మంజూరు చేసింది. దీనితో రామానుజన్ ఉద్యోగ బాధ్యతల నుండి విముక్తుడయ్యాడు. తనకు అత్యంత అభిమాన విషయమైన గణిత శాస్త్ర పరిశోధన మొదలుపెట్టాడు.

ఉన్నత విద్య కోసం ఉపకార వేతనం...

మద్రాసు యూనివర్సిటీ నుండి పరిశోధక వేతనం పొందుతున్న రామానుజన్, వారికి మూడు నెలల రిపోర్టును అందించాడు. దానిలోని ఫలితాలను అక్కడి వారెవరూ అర్థం చేసుకోలేకపోయారని అంటారు.

రామానుజన్‌ను ఎట్లాగయినా కేంబ్రిడ్జికి రప్పించాలని హార్డీ నిశ్చయించుకున్నాడు. దానికి తగిన ప్రయత్నాలు ప్రారంభించాడు. ట్రినిటీ కాలేజీలో ఇ.హెచ్.నెవెల్లి అనే ఆచార్యుడు ఉన్నాడు. ఆయన మద్రాసు యూనివర్సిటీలో అతిథి ఉపన్యాసాలను ఇవ్వడానికి వచ్చాడు. రామానుజన్‌ను కేంబ్రిడ్జికి తీసుకు రావలసిన బాధ్యతను హార్డీ ఆయనకు అప్పగించాడు.

రామానుజన్ నెవెల్లీని కలుసుకున్నాడు. కేంబ్రిడ్జికి రావటం వలన కలిగే లాభాలను ఆయన వివరించి చెప్పాడు. సర్ ఫ్రాన్సిస్‌స్ప్రింగ్‌తో కూడా చెప్పించాడు. తరువాత 1914 జనవరిలో యూనివర్సిటీ రిజిస్ట్రారు డ్యూస్ బరీకి కూడా ఉత్తరం రాశాడు.

ఇండియన్ మెటీరియలాజికల్ డిపార్టుమెంటులో "లిటిల్ హెయిన్స్" అనే ఆయన ఉన్నాడు. రామానుజన్ ప్రతిభ గురించి ఆయనకూ తెలుసు. హెయిల్ కూడా యూనివర్సిటీ రిజిస్ట్రారుకు లేఖ రాశాడు. దానిలో రామానుజన్ కేంబ్రిడ్జిలో ఉన్నత విద్యాభ్యాసం కోసం సంవత్సరానికి 250 పౌండ్లు ఉపకార వేతనం ఇవ్వవలసిందిగా కోరాడు.

మద్రాసు ప్రభుత్వ విద్యాశాఖను నిర్వహిస్తున్న గవర్నర్ "పెంట్‌లాండ్" అనే ఆయన ఉన్నాడు. ఆయన వ్యక్తిగత కార్యదర్శి "సి.బి. కాటెరెల్". 1914 ఫిబ్రవరి 5న సర్ ఫ్రాన్సిస్‌స్ప్రింగ్ ఆ కార్యదర్శికి ఉత్తరం రాశాడు.

ఇలా వీరందరూ రామానుజన్ ఉన్నత విద్యాభ్యాసం కోసం సహాయం చేశారు. వారి కృషి ఫలితంగా ఫిబ్రవరి 12వ తేదీన ఉపకార వేతనాన్ని మంజూరు చేస్తున్నట్లు యూనివర్సిటీ ఉత్తర్వు జారీచేసింది.

మార్చి 17వ తేదీన "ఎస్.ఎస్.నెవాస" అనే ఓడ ఇంగ్లాండుకు బయలుదేరబోతున్నది. దానిలో రామానుజన్ ప్రయాణం చేయటానికి "బిన్నీ కంపెనీ" (మద్రాసులోని ప్రసిద్ధ వ్యాపార సంస్థ) రెండవ తరగతి టికెట్టును కొని ఉచితంగా ఇచ్చింది.

రామానుజన్ తల్లిదండ్రులు, బంధువులు సనాతనాచార పరాయణులు. అతడు విదేశాలకు వెళ్లటానికి మొదట అంగీకరించలేదు. రామానుజన్ నచ్చజెప్పినందువల్ల చివరకు ఒప్పుకున్నారు.

1914 మార్చి 17న ఓడ ఇంగ్లాండుకు బయలుదేరింది. తరువాతి నెల (ఏప్రిల్) 14న రామానుజన్ లండన్ చేరుకున్నాడు. అక్కడ నెవెల్లీ రామానుజన్కు స్వాగతం చెప్పాడు.

సాఫీగా సాగిన గణితశాస్త్ర పరిశోధన...

లండన్ చేరిన తరువాత రెండు రోజులపాటు "నెవెల్లీ"తో గడిపాడు. తరువాత వారిద్దరూ హార్డీని కలుసుకున్నారు.

కేంబ్రిడ్జిలో ప్రసిద్ధి చెందిన "ట్రినిటీ కళాశాల" ఉన్నది. దానిలో 1914 ఏప్రిల్ 18వ తేదీన గణితశాఖలో పరిశోధక విద్యార్థిగా పేరు నమోదు చేసుకున్నాడు. కేంబ్రిడ్జిలోని "గ్రేట్ కోర్టు"లో అతడికి గది కేటాయించబడింది. దానిలోకి మారాడు.

ఇక్కడ రామానుజన్‌కు వైజ్ఞానిక ప్రపంచం కళ్లెదుట సాక్షాత్కరించింది. ఎంతోమంది మేధావులు అక్కడ ఉన్నారు. చుట్టూరా ఎన్నో సౌకర్యాలు ఉన్నాయి. వాటిలో తన గణితశాస్త్ర మేధకు మెరుగులు దిద్దుకోవటం సాగించాడు. హార్డీ, లిటిల్ హుడ్‌లు గురువులు, మార్గదర్శకులు. గణితశాస్త్ర ట్యూటర్ "ఆర్థర్ బెర్రీ" వీరందరూ క్రమపద్ధతిలో రామానుజన్‌లోని గణితశాస్త్ర విజ్ఞానాన్ని ఒక దారికి తీసుకువచ్చారు.

ఇంతలో మొదటి ప్రపంచ యుద్ధం ప్రారంభమయ్యింది. చాలామంది శాస్త్రవేత్తలు యుద్ధ కార్యకలాపాలలో పాల్గొనవలసి వచ్చింది. వారిలో లిటిల్ హుడ్ కూడా చేరిపోయాడు. రామానుజన్ అదృష్టం కొద్దీ హార్డీ మాత్రం మిగిలిపోయాడు.

ఎముకలు కొరికే చలిలో రామానుజన్ ఫైర్‌ప్లేస్ దగ్గర కూర్చునేవాడు. రాత్రనక, పగలనక "గణిత ప్రపంచం"లో గడిపేవాడు. వంట స్వయంగా చేసుకొనేవాడు. తనకు లభించిన అవకాశాన్ని సద్వినియోగం చేసుకున్నాడు.

రామానుజన్‌కు మన దేశానికి చెందిన పి.సి. మహలనోబిస్ పరిచయమయ్యాడు. కేంబ్రిడ్జి కింగ్స్ కాలేజీలో ఆయన చదువుతున్నాడు. అక్కడే సి.డి. దేశముఖ్ కూడా పరిచయమయ్యాడు.

కొన్ని కొన్ని సమయాలలో యూనివర్సిటీలో జరిగే ఇతర క్లాసులకు

కూడా హాజరవుతూ ఉండేవాడు. ఆర్థర్ బెర్రీ ఇచ్చిన "దీర్ఘ వృత్త సమాకలనాలు" (ఎల్లిప్టిక్ ఇంటెగ్రల్స్) కు సంబంధించినవి కూడా ఉన్నాయి. ఇకను హార్డీ చెప్పే క్లాసులు కూడా ఉన్నాయి.

"రామానుజన్ నానుండి నేర్చుకున్న దానికంటే ఎక్కువగా రామానుజన్ నుండి నేను నేర్చుకున్నాను" అని హార్డీ వినయంగా అంటూ ఉండేవాడు.

ఇలా రామానుజన్ రెండు సంవత్సరాలపాటు కేంబ్రిడ్జిలో విశేషమైన కృషి చేశాడు. దానికి గుర్తింపుగా కేంబ్రిడ్జి యూనివర్సిటీ 1916 మార్చి 10వ తేదీన "బి.ఏ. పట్టా"ను ప్రకటించింది.

భారతదేశం నుండి ఎందరో రామానుజన్ను ప్రశంసిస్తూ లేఖలు పంపారు. వారిలో కుంభకోణంలోని టౌన్ హైస్కూలు వారూ, మద్రాసు పచ్చియప్పన్ కళాశాలవారు కూడా ఉన్నారు. అలాగే సర్ ఫ్రాన్సిస్‌స్ప్రింగ్ కూడా అభినందనలు పంపాడు.

రామానుజన్ కేంబ్రిడ్జికి వెళ్లకముందు 5 పత్రాల వరకూ పత్రికల్లో ప్రకటించి యున్నాడు. కేంబ్రిడ్జి చేరుకున్నాక 1914–1917 సంవత్సరాలకు మధ్య 20 పత్రాల వరకూ ప్రకటించాడు. ఇవన్నీ తన నోటుబుక్స్‌లోని విషయాలకు సంబంధంలేనట్టివి.

అస్వస్థుడైన రామానుజన్...

కేంబ్రిడ్జి వచ్చి దాదాపు మూడు సంవత్సరాలు గడిచాయి. ఇంతలో 1917 తొలినాళ్లల్లో అకస్మాత్తుగా అస్వస్థకు గురయ్యాడు. దీనితో నర్సింగ్ హోముల్లోనూ, శానిటోరియంలలోనూ గడపవలసి వచ్చింది.

అస్వస్థతకు గురైన వెంటనే హార్డీనే శ్రద్ధ తీసుకున్నాడు. థామస్ లేన్‌లోనున్న ప్రైవేట్ నర్సింగ్‌హోమ్‌లో జేర్చాడు. తరువాత నర్సింగ్ హోమ్ నుండి తీసుకువచ్చి తన సంరక్షణలోనే ఉంచుకున్నాడు. కాని వ్యాధి తగ్గుముఖం పట్టకపోగా, రోజు రోజుకూ పరిస్థితి దిగజారుతూ వచ్చింది.

వెంటనే డెర్బిషైర్‌లోనున్న మేడ్‌లాక్ నర్సింగ్‌హోమ్‌లో చేర్పించాడు. రామానుజన్‌కు కడలూర్‌లో ఎ.ఎస్.రామలింగం అనే మిత్రుడు ఉండేవాడు. అతడు లండన్‌లోని "కింగ్స్ కాలేజీ"లో ఇంజనీరింగు చదువుతూ ఉండేవాడు. తన హాస్టల్‌లో రకరకాల శాఖాహారాలు తయారు చేయించి తీసుకువచ్చి ఇచ్చేవాడు.

హార్డీ కూడా రోజూ చికిత్సాలయానికి వెళ్లి రామానుజన్‌ను పరామర్శించి వస్తూ ఉండేవాడు. ఆ సందర్భంలో వారిద్దరి మధ్య సంఖ్యలకు సంబంధించిన చర్చలు జరుగుతూ ఉండేవి.

అలా వచ్చిన ఒకరోజు మాటల సందర్భంలో హార్డీ ఇలాగ అన్నాడు. "నేను ఎక్కి వచ్చిన కారు నెంబరు 1729. దీనిలో విశేషం ఏమీ కనిపించటంలేదయ్యా?"

ఆ మాటలు శ్రద్ధగా విన్నాడు రామానుజన్. ఏమీ తడబడకుండా "అయ్యా! మీ ఊహ సరికాదు. ఇది చాలా కుతూహలమైన సంఖ్య. మూడు ఘాతం గల రెండు సంఖ్యల మొత్తంగా, రెండు విధాలుగా రాయవచ్చు." మూడు ఘాతంగా ఇలా రాయడానికి వీలయ్యే కనిష్ఠ సంఖ్య కూడా ఇదే!"

అని ఇలా వివరణ ఇచ్చాడు.

$1^3+12^3 = 9^3+10^3 = 1729.$

అంటే $1^3 = 1\times1\times1 = 1$, $12^3 = 12\times12\times12 = 1728.$

$1 + 1728 = 1729.$

అట్లాగే $9^3 = 9\times9\times9 = 729.$

$10^3 = 10\times10\times10 = 1000$, $729+1000 = 1729.$

ఈ వివరణ విని ఆశ్చర్యపోవటం హార్డీ వంతు అయ్యింది.

ఆత్మహత్యాయత్నం...

అనారోగ్యం రామానుజన్‌ను బాగా కుంగదీసింది. దాని నుండి పూర్తిగా కాకపోయినా, కొంతవరకు కోలుకున్నాడు. తన గదికి తిరిగి చేరుకున్నాడు. కానీ నిరాశా నిస్పృహలతో బాగా కుంగిపోయాడు. పైగా ఒంటరితనం. బాగా బాధిస్తున్నది. తన వాళ్ల కోసం తహ తహ లాడుతున్నాడు. తన బాధ్యతను సరిగా నిర్వహిస్తున్నానో, లేదోననే అనుమానం. ఒక విధమైన బలహీనత అతడిని ఆవరించింది. తాను బ్రతికి ఉండి ప్రయోజనంలేదని నిశ్చయించుకున్నాడు. ఆత్మహత్య చేసుకోవాలనుకున్నాడు.

అనుకున్నదే తడవు గదినుండి బయటపడ్డాడు. లండన్‌లో నడిచే ఒక రైలు క్రింద పడబోయాడు. రైలు నడుపుతున్న డ్రైవరు చాలా జాగ్రత్త గలవాడు. రామానుజన్ ఆత్మహత్యాయత్నాన్ని పసిగట్టాడు. వెంటనే రైలును నిలిపివేశాడు. ఆ రైలు రామానుజన్ దగ్గరగా వచ్చి ఆగిపోయింది. అదృష్టం కలిసివచ్చి అతడి ప్రాణాలు గాలిలో కలసిపోకుండా ఆగిపోయాయి.

ఆ విషయం తెలుసుకున్న లండన్ పోలీసులు వచ్చారు. అతడిని వెంటనే అరెస్టు చేశారు. ఈ విషయం హార్డీకి తెలిసింది. పోలీసులను కలుసుకొని రామానుజన్ గొప్పతనం గురించి వారికి వివరించాడు. దానితో వారు రామానుజన్‌ను విడిచిపెట్టారు.

అరుదైన గౌరవాలు అందుకున్న మేధావి...

ఆత్మహత్యాయత్నం నుండి బయటపడిన అతడిని అదృష్టం వెతుక్కుంటూ వచ్చింది. ఇంగ్లాండులో "రాయల్ సొసైటీ ఆఫ్ ఇంగ్లాండు" అని ఉన్నది. ఏ రంగంలోనైనా విశేషంగా కృషి చేసిన వారికి ప్రతిష్ఠాత్మకమైన బిరుదును ఇస్తుంది. అదే "ఎఫ్.ఆర్.ఎస్." (ఫెలో ఆఫ్ రాయల్ సొసైటీ).

ఈ బిరుదుకు రామానుజన్ ఏకగ్రీవంగా ఎన్నికయ్యాడు. ఈ సంగతి రామానుజన్‌కు 1918లో సొసైటీ తెలియజేసింది. అతి చిన్నవయస్సులో అదీ భారతీయుడిగా ఈ బిరుదుకు ఎన్నికకావటం ఎంతో విశిష్టతను సంతరించుకున్నది.

1918 మే నెల రెండవ తేదీన లండన్‌లో బిరుదు ప్రదానోత్సవం జరిగింది. ఆ ఉత్సవానికి రాజవంశీయులతోపాటు ఎందరో ప్రసిద్ధ శాస్త్రవేత్తలు, పత్రికా సంపాదకులు హాజరయ్యారు. రామానుజన్ గణిత శాస్త్రానికి అందించిన విలువైన ఫలితాలకుగాను ఒక పతకాన్ని కూడా బహూకరించారు.

అదే సంవత్సరం అక్టోబరు 13వ తేదీన రామానుజన్‌ను ఇంకో గౌరవం వరించింది. కేంబ్రిడ్జి ట్రినిటీ కళాశాల తన "ఫెలో"గా ఎన్నుకున్నది. అంతేగాక సంవత్సరానికి 250 పౌండ్ల చొప్పున ఆరు సంవత్సరాలకు గౌరవ వేతనం బహుమానంగా ఇచ్చింది.

దయార్ద్ర హృదయుడు...

విదేశాలలో గౌరవాలను అందుకున్న రామానుజన్‌ను మద్రాసు యూనివర్సిటీ మరచిపోలేదు. ఇది వరకు మంజూరైన ఉపకార వేతనం గడువు దగ్గర పడుతున్నది. ఈ సందర్భంలో హార్డీ యూనివర్సిటీకి లేఖ రాశాడు. "రామానుజన్ నిరంతరం స్వేచ్ఛగా గణితశాస్త్ర సేవలో నిమగ్నమయ్యేందుకు వీలుగా అతనికి శాశ్వతస్థానం కల్పించండి" అని దానిలో ప్రస్తావించాడు.

మద్రాసు యూనివర్సిటీ వారు సమయానుకూలంగా స్పందించారు. దానితో రామానుజన్‌కు సంవత్సరానికి 250 పౌండ్ల చొప్పున 5 సంవత్సరాల పాటు అలవెన్సును మంజూరు చేశారు. దానికి నిబంధనలు ఏమీ పెట్టలేదు. 1919 ఏప్రిల్ 1 నుండి ఈ అలవెన్సును ఇవ్వటం కొనసాగించారు.

ఆ వార్త విన్న రామానుజన్ పొంగిపోలేదు. ఆలోచించాడు. అప్పటికే కేంబ్రిడ్జి యూనివర్సిటీ సంవత్సరానికి 250 పౌండ్లు ఇవ్వటానికి ఒప్పుకున్నది. ఇకను మద్రాసు యూనివర్సిటీ 250 పౌండ్లు ఇవ్వబోతున్నది "అంత డబ్బు నేనేం చేసుకోవాలి?" అని అనుకున్నాడు.

మద్రాసు యూనివర్సిటీ ఇచ్చే దానిలో నుండి కుంభకోణంలో ఉంటున్న తల్లిదండ్రులకు సంవత్సరానికి 50 పౌండ్లు ఇచ్చేలా ఏర్పాటు చేశాడు. "మిగిలిన మొత్తాన్ని చదువుకొనే బీద విద్యార్థుల కోసం వినియోగించాలని" సూచిస్తూ యూనివర్సిటీకి ఉత్తరం రాశాడు.

నిరుపేదగా ఉండి తానుపడ్డ కష్టాలు కొందరైనా విద్యార్థులు పడకుండా ఉండాలనే ఉద్దేశ్యంతో ఈ ఏర్పాటు చేశాడు. ఈ నిర్ణయాన్ని చాలామంది మెచ్చుకున్నారు. రామానుజన్‌లోని దయార్ద్ర హృదయానికి "జేజే"లు పలికారు.

అస్వస్థత - అస్తమయం...

రామానుజన్ 1917లో అస్వస్థతకు గురయ్యాడు. అప్పుడప్పుడూ అతడి ఆరోగ్యం కుదుటపడినా, మళ్లీ కుంగదీయటం మొదలుపెట్టింది. కేంబ్రిడ్జిలోని హాస్పటల్‌లో చికిత్స చేయించుకుంటున్నాడు. అయినా ఆరోగ్యంలో మార్పులేదు. 1918వ సంవత్సరం చివరి రోజుల్లో అతడికి వచ్చిన వ్యాధి "క్షయ" వ్యాధిగా నిర్ధారింపబడింది.

ఇంగ్లాండులో చాలాచోట్ల ఉన్న శానిటోరియాలలో చికిత్స చేయించుకున్నాడు. చలి ప్రదేశం నుండి ఉష్ణ ప్రదేశానికి వెళితే ఆరోగ్యం కుదుటపడుతుందని డాక్టర్లు భావించారు.

హార్డీ, నెవెల్లీలు రామానుజన్‌ను భారతదేశం పంపించటానికి తగిన ఏర్పాట్లు చేశారు. స్నేహితులూ, అభిమానులూ ట్రినిటీ కళాశాలలో సమావేశమయ్యారు. అనారోగ్యం నుండి త్వరగా కోలుకోవాలనీ, ప్రయాణం సుఖంగా జరగాలనీ కోరుకున్నారు.

"ఎస్.ఎస్. నగోయా" అనే ఓడలో 1919 మార్చి 3వ తేదీన రామానుజన్ భారతదేశానికి ప్రయాణమయ్యాడు. హార్డీ, నెవెల్లీ, ఇతరులు వీడ్కోలు చెప్పారు. ఓడ అదే నెల 27న బొంబాయి చేరుకుంది.

కోమలతమ్మాళ్ కొడుకును వెంటబెట్టుకు వెళ్లటానికి బొంబాయి వచ్చింది. వారు బొంబాయిలో రెండు, మూడు రోజులు గడిపారు. తరువాత మద్రాసు చేరుకున్నారు. రామానుజన్‌కు స్వాగతం పలకటానికి ఎందరో స్టేషన్‌కు వచ్చారు. అలాగే చిన్ననాటి స్నేహితులూ, హితులూ వచ్చారు.

మద్రాసు రాగానే మైలాపూర్‌లోని ఎడ్వర్డ్ ఇలియట్స్ రోడ్ (ప్రస్తుతం రాధాకృష్ణన్ రోడ్) లోని ఒక ఇంట్లో ఉన్నాడు. కొన్నాళ్లకు లజ్ చర్చిరోడ్‌లో ఉన్న ఇంట్లో ఉన్నాడు. కొన్నాళ్ళు కావేరీ తీరంలోని "కొండముడి" అనే గ్రామంలో ఉన్నాడు. కొయంబత్తూరు, కుంభకోణంలో కూడా ఉన్నాడు.

అక్కడ చిన్ననాటి స్నేహితులతో గడిపాడు.

ఇలా క్షయతో బాధపడుతూ కూడా గణితం గురించి ఆలోచనలు మానలేదు. అతడెన్నో ఫలితాలు సాధించాడు. వాటినన్నిటినీ 140 పేజీల నోటుబుక్కులో రాసుకున్నాడు. ఇది నాలుగవ నోటుబుక్కు.

1920 జనవరిలో మద్రాసుకు మారాడు. భారతదేశం వచ్చిన దగ్గర నుండీ భార్య జానకి అతడిని విడిచిపెట్టకుండా ఉంది. మద్రాసులో ఉన్న "ఎ. నంబెరుమాళ్ చెట్టి" అనే ధనవంతుడు చెట్‌పట్‌లోనున్న తన బంగళాను రామానుజన్‌కు కేటాయించాడు. తరువాత ఆయనకే చెందిన మరో బంగళాకు మార్చారు.

రామానుజన్ చివరి రోజుల్లో "మాక్ తీటా ప్రమేయాల"ను కనుగొన్నాడు. ఈ విషయం హార్డీకి తెలియజేస్తూ ఉత్తరం రాశాడు.

మంచి వైద్య సౌకర్యం లభించింది. దానితో తల్లి, భార్య నిరంతరం సేవలు అందించారు. మిత్రులు, శ్రేయోభిలాషులు ఆదరాభిమానాలు దొరికాయి. వీటితో రామానుజన్ కోలుకుంటాడనుకున్నారు.

కాని విధి తన పని తాను చేసుకుపోయింది.

1920 సంవత్సరం ఏప్రిల్ 26వ తేదీ ఉదయం రామానుజన్ తనువు చాలించాడు. గణిత ప్రపంచం నివ్వెరపోయింది. అతడు జీవించింది 33 సంవత్సరాలు మాత్రమే. గణిత ప్రపంచంలో ఎంతో ఎత్తుకు ఎదిగాడు. తనకీర్తిని శాశ్వతంగా నిలుపుకున్నాడు.

అతని భౌతికకాయానికి చెట్‌పట్ స్మశానవాటికలో దహన సంస్కారం జరిపించారు.

శ్రీనివాస రామానుజన్ జీవిత ఘట్టాలు

1887 డిసెంబరు 22: ఈరోడ్‌లో మాతామహుల ఇంట జననం.

1892 విజయదశమి : వీధి బడిలో చేరిక.

1894 : కాంచీపురం అమ్మమ్మగారింట : కొన్నాళ్లు "తెలుగు బడి"లో చదువు.

1897 : ప్రాథమిక స్థాయి పరీక్షలో జిల్లా కంతటికీ ప్రథమ స్థానం.

1903 : మెట్రిక్యులేషన్ ప్రథమ శ్రేణిలో ఉత్తీర్ణత.

1904 జనవరి : కుంభకోణంలోని జూనియర్ కాలేజీలో ఎఫ్.ఏ.లో చేరిక : పరీక్ష తప్పాడు.

1905 : మద్రాసు పచ్చియప్పన్ కాలేజీ : జూనియర్ ఎఫ్.ఏ.లో చేరిక, మళ్ళీ పరీక్ష తప్పాడు.

1909 జూలై 14 : జానకితో వివాహం.

1912 జనవరి 12 : సెయింట్ జార్జిలోని అకౌంట్స్ జనరల్ ఆఫీసులో తాత్కాలిక గుమస్తా ఉద్యోగం

: ఫిబ్రవరి 21 వరకూ పనిచేశాడు.

1912 మార్చి : మద్రాసు పోర్టు ట్రస్ట్‌లో గుమస్తా ఉద్యోగం. నెలకు రూ. 30/- జీతం.

1913 జనవరి 16 : కేంబ్రిడ్జిలో వున్న ప్రముఖ గణిత శాస్త్రవేత్త జి. హెచ్. హార్డీకి మొదటి లేఖ.

1913 ఏప్రిల్ 9 : మద్రాసు విశ్వవిద్యాలయం నెలకు రూ. 75/- చొప్పున ఉపకార వేతనం మంజూరు.

1914 ఫిబ్రవరి 12 : విదేశాలలో చదువు నిమిత్తం మద్రాసు యూనివర్సిటీ సంవత్సరానికి 250 పౌండ్ల చొప్పున ఉపకార వేతనం మంజూరు.

1914 మార్చి 17 : ఎస్.ఎస్. నెవాస అనే ఓడలో ఇంగ్లాండు ప్రయాణం.

1914 ఏప్రిల్ 14 : లండన్ చేరిక.

1914 ఏప్రిల్ 18 : కేంబ్రిడ్జి యూనివర్సిటీ పరిశోధక విద్యార్థిగా బి.ఏ. డిగ్రీలో చేరిక.

1916 మార్చి 10 : కేంబ్రిడ్జి యూనివర్సిటీ బి.ఏ. డిగ్రీ ప్రదానం.

1917 : అనారోగ్యం

1918 మే 2 : రాయల్ సొసైటీ ఆఫ్ ఇంగ్లాండు : "ఎఫ్.ఆర్.ఎస్." బిరుదు ప్రదానం.

1918 అక్టోబరు 13 : "ట్రినిటీ కాలేజి ఫెలో"గా ఎన్నిక. సంవత్సరానికి 250 పౌండ్ల అలవెన్సు మంజూరు.

1919 మార్చి 13 : ఎస్.ఎస్. నగోయా ఓడలో భారతదేశానికి ప్రయాణం.

1919 మార్చి 27 : బొంబాయి చేరిక.

1919 ఏప్రిల్ 1 : మద్రాసు యూనివర్సిటీ సంవత్సరానికి 250 పౌండ్ల ఉపకార వేతనం ప్రకటన.

1920 ఏప్రిల్ 26 : అస్తమయం.